உடைமுள்

முத்துவேல்

நீலம்

நீலம்

உடைமுள்

ஆசிரியர் : முத்துவேல்
நீலம் மறுவெளியீடு : செப்டம்பர் 2022
நீலம் பப்ளிகேஷன்ஸ், முதல் தளம், திரு காம்ப்ளக்ஸ், மிடில்டன் தெரு, எழும்பூர், சென்னை - 600008.
நூல் வடிவமைப்பு : சிவராஜ் பாரதி
அட்டை ஓவியம், பிற ஓவியங்கள்: திண்டுக்கல் தமிழ்ப்பித்தன்
அட்டை வடிவமைப்பு : சிவராஜ் பாரதி

விலை ரூ.70

UDAIMUL

Author : Muthuvel
Re Print : September 2022
Published by : NEELAM PUBLICATIONS,
1st floor, Thiru Complex, Middleton street, Egmore, Chennai - 600008.
Cover Art & Additional Artworks : Dindigul Tamil Pithan

Email : editor@neelampublications.com
Mobile : +91 63698 25175

INR : 70
ISBN : 978-93-94591-04-2

Neelam Monthly Magazine & Subscription - www.theneelam.com
Neelam Online Store - www.neelambooks.com

மயான உறக்கத்தில் ஆழ்ந்திருக்கும்
தாத்தா வயிற.ஆறுமுகம்
தந்தை ஆ.இராஜமாணிக்கம்
அத்தை காசியம்மாள்
ஆகியோரின் நினைவுகளுக்கு

கணேசு பீடி, கறிதோச...

இந்திரன்

முத்துவேலின் கவிதை உலகத்தின் பரப்பளவு ரொம்பச் சின்னது. வெள்ளங்கொண்ட அகரம். சென்னையிலிருந்து புதுச்சேரி போகும் வழியில், மரக்காணத்திலிருந்து 10 கிலோமீட்டர் தூரத்திலிருக்கும் சின்னஞ்சிறு கலைடாஸ்கோப் கிராமம். இதுதான் இவர் கவிதையின் உடம்பு, உயிர் எல்லாமே. இந்தக் கிராமத்தின் உழைத்து வியர்வை காய்ந்த விவசாயிகளின் உதட்டிலிருந்து எழுகிற பேச்சு மொழியைத் தனது பிரத்யேகக் கவிதை மொழியாகத் தேர்ந்தெடுத்துக் கொள்கிறார் இவர். கவிதை இன்று பலதரப்பினரால் எழுதப்படுகிறது, அவரவர்களின் சுய அடையாளங்களோடு. தமிழ் இலக்கியப் பரப்பு பல்வேறு அடுக்குகளும், பல குரல் அடையாளங்களும் கொண்ட ஒரு ஜனநாயகப் பிரதேசமாக மாறியிருக்கிறது. அது, அப்படித்தான் இருக்க முடியும். வடவேங்கடம் தென் குமரி ஆயிடை தமிழ் கூறும் நல்லுலகம் இன்று தன் எல்லைகளை உடைத்துக்கொண்டு உலகம் முழுவதும் ஈழத்திலும் மலேசியாவிலும், சிங்கப்பூரிலும், தென் ஆப்பிரிக்காவிலும், ஃபிலிப்பைன்சுமாக இருந்த காலத்தையும் மீறி-புலம் பெயர்ந்த தமிழர்களால் புதிய பரிமாண விஸ்தீரணம் பெற்று நிமிர்ந்து நிற்கிறது. இந்தப் பெரிய கவிதைக் களத்தில் முத்துவேல் என்கிற சாமான்ய இளைஞனின் கவிதைக்குரல் தனக்கென ஒரு தனி மூலையைப் பெற்றுக்கொள்கிறது என்று சொன்னால் அதற்குக் காரணம் என்ன?

தனக்குத் தெரிந்த வாழ்க்கையின் அனுபவப் பதிவுகளை அந்தரங்கச் சுத்தியோடு, கையில் பிரம்போடு நிற்கும் ஒழுக்க வாத்தியார்களைப் பற்றியெல்லாம் கொஞ்சமும் கவலைப்படாமல் பதிவு செய்ய வேண்டுமென்கிற தீவிர முயற்சியின் விளைவே இந்தக் கவிதைகள். தனக்குத் தானே உண்மையாய் இருக்க வேண்டுமெனும் கலைரீதியான ஒரு முடிவின் காரணமாகத் தமிழிலக்கியப் பரப்பில் தனிக்கென ஒரு தனியிடம் தேடுகின்றன இவர் கவிதைகள். இலக்கியச் சன்னிதானங்கள் ஆகட்டும், புதிய கவிதை நாட்டாண்மைகளாட்டும் யாரைப் பற்றியும் இவர் கவலைப்பட்டதாகத் தெரியவில்லை. இவர்களது பழைய பேப்பர் கடை தராசுகளால், உண்மை வாழ்க்கையைப் பேசும் இந்தக் கவிதைகளை எடைபோட முடியுமா என்று எனக்குத் தெரியவில்லை.

டி.எஸ்.எலியட்டிலிருந்து , ஜென் கவிதைகள் வரை அனைத்தையும் கரைத்துக் குடித்துவிட்டு வந்து கவிதை எழுதுவதாகக் கதை அளக்கும் கவிஞரல்ல முத்துவேல். இக்கவிதைகளின் அத்தனை வரிகளும் முழுக்க முழுக்க அசல் தன்மை கொண்டவை. யாரைப் பார்த்தும் அல்லது எதைப் பார்த்தும் தன் கவிதைகளை முத்துவேல் படைக்கவில்லை. ஆனால், வாழ்க்கையைப் பார்த்துப் படைத்திருக்கிறார். இவற்றில் பல கவிதைகள் சிறுகதைகள்தாம். புனைகதை சாயலில் ஜி.நாகராஜன் தொடங்கி இராஜேந்திர சோழன், ஆ.மாதவன் என்று நீளும் மரபில் முத்துவேல் கவிதையில் கதை சொல்கிறார்.

ஏமாந்தால் பிறப்பு ரகசித்தை நடுத்தெருவில் போட்டுடைக்கும் அசூசை ஆகிவிடும் என்று எழுதுகிறவர்கள், அஞ்சக் கூசுகிற விஷங்களை எல்லாம் அநாசயமாகத் தொட்டுப் பாதரச திவலையாய் உருளும் அனுபவங்களைக் கையில் எடுத்துக் காட்டுகிறார். கிராமத்துக் குடிசைகளின் புழக்கடையில் நடைபெறும் காதலை, சிறுமையை, சீர்கேட்டை, உன்னதத்தை எல்லாம் தனது பேச்சுமொழித் தமிழில் பேசுகிற கலை கைவந்திருக்கிறது இவருக்கு. இத்தனைக்கும் இவர் மரபார்ந்த தமிழிலக்கியத்தில் பல்கலைக்கழகப் பட்டம் பெற்றவர். இவரது படிப்பு வாழ்க்கையின் அனுபவச் செடிகளை மேய்ந்து விடாமல் காப்பாற்றுகிறது இவரது கவிதைக்கலை.

கோயில் குளத்தில் யாருக்கும் தெரியாமல் மாட்டுக்குடல் மலம் அலசுவதிலிருந்து, உயர் சாதிப் பெண்களோடு உறவு கொண்டிருப்பது வரை மிகவும் இயல்பாகப் பேசும் இவரது கவிதைகளில், வெளியே துருத்திக்கொண்டு நிற்காத ஒரு எதிர்க் கலாச்சாரக்குரல் தமிழில் ஒரு முக்கியமான போக்காக வளர வேண்டிய ஒன்று.

கவிதை என்று எழுத வந்துவிட்டு, கதைகளைச் சொல்பவர் இவர். தன் கவிதைகளுக்கென எந்தவிதப் பிரத்யேக முக ஒப்பனைகளோ, போலி பலம் காட்டும் புதிய ஜிகினா புஜம் காட்டுதலோ இல்லாத கவிதைகள் இவை. சாமான்யர்களுக்காக ஒரு சாமான்யன் எழுதிய கவிதைகள். இக்கவிதைகளில் வாழ்க்கை துண்டம் துண்டமாக நம்முன் வெட்டிவைக்கப்படுகிறது. இலேசாகக் கவிச்சி நாற்றம் வீச, மெலிதாக இலை நரம்புகள் போல் ஓடும் ரத்த நாளங்களை வெளிக்காட்டியபடி முத்துவேலின் கவிதைகள் வாழ்க்கையை மிக வைராக்கியத்துடன் பேசுகின்றன.

நன்றி

தி.க.சிவசங்கரன்
இன்குலாப்
பெரியார் தாசன்
த.பழமலய்
நீலமணி
ஆதவன் தீட்சண்யா
யாழன் ஆதி
த.இராமலிங்கம்
வாசுகி பாஸ்கர்
பச்சோந்தி
திண்டுக்கல் தமிழ்ப்பித்தன்

தீராநதி
தலித் முரசு
சாகித்திய அகாதெமி
நீலம் பதிப்பகம்

இது எப்படி

ஊர் நடுவுல கீர கோயிலு கொளத்துல
நாங்கெல்லாம் போயி தண்ணிமொள்ளக் கூடாதுன்னு
ஒருநாளு மோளம் அடிச்சிச் சொல்லிட்டாங்க
அப்படியும் எடுத்தா ஐந்நூறு ரூவா அவதாரம்
அவங்க மட்டும்தான்
அந்தத் தண்ணிய குடிக்கணுமாம்
நாங்களும் அவங்க சொன்னத மீறல
கொளத்துக்கு ராத்திரியில
அம்மா என்னெ
ஆருக்கும் தெரியாம அடிக்கடி அனுப்பும்
மாட்டுக்குடலு மலம் அலச.

எந்திரத்தில் அகப்பட்ட உளுந்து

ராத்திரி முழுக்க வம்பு புடிச்ச மனுசனால
நொறுங்கிப் போச்சி ஒடம்பு
எந்தரம் கீழ அகப்பட்ட உளுந்தாட்டம்
வெடியக் காத்தால கோழிக் கூவ எழுந்து
ஒடிஞ்சிப் போன இடுப்போட
சாணம் தெளிச்சி வாச வெலக்கி
ராட்டணமில்லாத கெணத்துல
சாக்கடப் பானைக்கெல்லாம்
தண்ணி மொண்டு வச்சிட்டு
புள்ளங்களையெல்லாம் குளுப்பாட்டி
மூணுக்குப் பழங்கஞ்சியப் பூஞ்சி போட்டுத் தந்து
கடைசி மொவனுக்கு வத்திப்போன காம்புல
வலிய வலிய பாலெடுத்துக் கொடுத்துப்புட்டு
நிமிந்து நின்னு மூஞ்சிய தொடைக்கையில
உயிர் போயி உயிர் வந்துடும்

முந்தானய சும்மாடாக்கி
சுடக்கஞ்சிய சொமந்துக்கின்னு
சுடுகாட்டுக் கப்பால இருக்கிற கழனிமோட்டுல
அண்ட வெட்டும் அதிகாரப் புருசனாண்ட ஓட...

அவன் தரும் அநியாயப் பொல்லாங்கெல்லாத்தையும்
வாங்கிப் போட்டுக்கின்னு
மீதி வச்ச நீச்சத் தண்ணியால
கொடல நெரப்பிக் களக்கிட்ட புடிச்சி
நெல்லு வயலுல குனியரவ
எத்தெத்தையோ நெனச்சிக்கின்னு
களையெல்லாத்தையும் கரையேத்தி முடிச்சி
சுருண்டு போன வயித்தோட வெளிய வருவா சூரியன் கண்ண மூட

சேத்துக்காலோட வயக்காட்ட கையெடுத்துக் கும்புட்டுட்டு
குட்டத் தண்ணியில ஒடம்ப சுத்தம் பண்ணிக்கின்னு
உசுரில்லாம நடந்து வந்து குடிசயில நொழையும்போது
புள்ளைங்க போட்ட அக்கம்பக்கத்துச் சண்ட வேற

அடிப்பானையில கெடக்கிற பச்ச நெல்ல அள்ளி
ஒரு மணி நேரம் ஒரலோடும் ஒலக்கையோடும் வாதமிட்டு
அதுக்கப்பால அடுப்புல வெந்து
கொண்டவனுக்கும் மக்களுக்கும் கொடுத்தது போக இருந்தா...
தன் குடும்பம் போலவே தன்ன நம்பியிருக்கும்
நாய்க்குட்டிங்களுக்கு எடுத்து வச்சிட்டு
எல்லாத்தையும் ஒரு வழியா ஆயக்கட்டி முடிச்சி
எச்சச் சோத்துல தன் வயித்தையும் ஈரமாக்கிக்கின்னு
கந்தல விரிச்சிக் கட்டாந்தரையில விழ
வழக்கம் போல ராத்திரி முழுக்க
வம்பு புடிச்ச மனுசனால நொறுங்கிப் போச்சி ஒடம்பு
எந்தரம் கீழ அகப்பட்ட உளுந்தாட்டம்.

❖

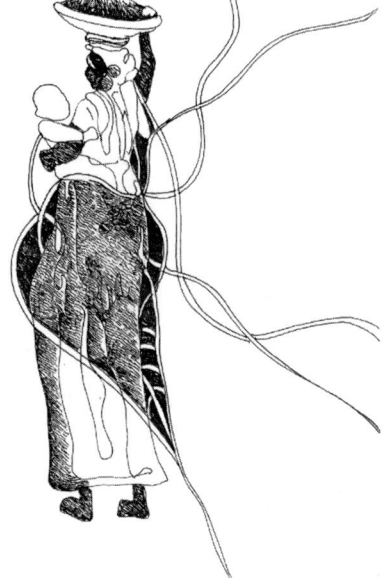

சுயசரிதை

திருமணத்திற்கு முன்பான
புணர்ச்சித் திருடர்களின் விடுதி இரவுகளில்
ஒழுகிய உயிரணுக்கள் என்னைச் செய்திருக்கலாம்
சதை சலித்துக் காதல் துப்பிய கள்வனை வெறுத்து
மறுவாழ்வு விரும்பி மகராசி யாரோ
யோனியிலிருந்து பிடுங்கி
கோயில் வாசலில் கிடத்திப் போயிருக்கலாம்
மெய் விற்று உயிர் சேமிப்பவளின்
ஒழுக்குக் குடிசையின் காலொடிந்த கட்டிலில்
ஆணுறை மறந்த எவனோ
எனக்கு அப்பாவாகி முடித்த அலுப்பில்
புகை ஊதிய படியே நடந்திருக்கலாம்

உலகத்திற்குப் பயந்த உடைந்த நெஞ்சுக்காரி
யாரோ ஒருத்தி
கட்டும் துணியில் சுத்தி
குப்பைத்தொட்டியில் வீசி விரைந்திருக்கலாம்

எதற்கோ ஏனோ எப்போதோ
நிச்சயம் ஒருத்தி முந்தானை விரித்திருக்க வேண்டும்
ஒருவன் மூச்சு வாங்கியிருக்க வேண்டும்

இப்போது உங்களின் மனதைக்கூட
குண்டூசி தைத்துத் தாக்கலாம்
நீங்களாகக் கூட இருக்கக் கூடும்
எனது அப்பாவாகவோ
அம்மாவாகவோ.

தேள் கொடுக்கு

புள்ள இல்லாதகொற இல்லன்னு நெனச்சி
ஒத்த தங்கச்சிய ஊட்டி ஊட்டி வளத்தேன்
அவ பள்ளிக்கொடம் படிக்கறதுக்கு
நானு பஞ்சநாதன் வாத்தியாரு காலுல உழுந்தது
எனுக்கு நல்லா நெனப்பிருக்குது
வெய்யிலு தொடாம வூட்டு உள்ள குந்தவெச்சி
நடுவு... கள... ன்னு
நாம் பறந்து
வெந்த தண்ணிய குடிச்சி
விதவிதமா சோறுகொழம்பு ஆக்கிப்போட்டேன்
வேளக்கி ஒரு துணி ஆசப்பட்ட துன்ற பொருளுன்னு
எதிலயும் கொற வைக்கில
அவ வெளியே போனாக்கா வெள்ளியும் சவரமும்
அவளவிட அதிகமா இருக்கும் அவ மேல
இந்தக் கறுப்புக்கட்டகழனிமோட்டு கஷ்டம்

குடிகார வூட்டுக்காரனுக்கு
ரொம்ப நாளா இவமேல ஒரு கண்ணு
ஒடம்பொறப்புதான் உசுருன்னு
கொண்டவனயும் கை கழுவிட்டேன்
வயசுக்கு வந்த நாலாம் வருசம்
உள்ளூர்லயே ஒருத்தங்கூட பழக்கமாயிட்டா
ஒரு தங்கச்சின்னு
ஊரு அசிங்கத்தையே தோளு மேல வாங்கிப்போட்டுகின்னு
அவ விருப்பமினு வுட்டுட்டேன்

அவளோட புள்ளய ஆசயா ஒரு நாளு நானு தூக்கும் போது
ஒரம் உழுந்துடுச்சாம்
தங்கச்சி தனலட்சுமி வைத்தியகாரக் கிழவி
வர்ணம்மாகிட்ட சொன்னாளாம்
“அதுக்கு இன்னா ஆயா கொழந்தயப்பத்தி தெரியும்”

❖

உடைமுள்

அம்மணக்கட்டயா ஆத்துல குளிச்சிட்டு
ஒடம்பு குளுருச்சின்னா சுடமணல்ல பொரண்டு எழுந்து
மண்ணக்கொடஞ்சி வூடு கட்டிட்டு
களி மண்ணுல இட்லி சுட்டுட்டு
கடசியா நானு
குச்சியாட்டத்துல தோத்துட்டா
கண்ணம்மா
என்ன உப்பு மூட்ட ஏத்திக்கின்னு போவச்சொல்லும்
வூட்டுங்கிட்டப்போயி வுட்டுட்டுப்பூடுவேன்

அவுங்க ஒறவுக்காரங்க யாருனா
குசலம் வெசாரிக்க வந்தாலும்
நல்ல நாள்ல வூட்ல எதுனா செஞ்சாலும்
தெரியாம எனுக்குன்னு தனியா எடுத்து வச்சிடும்
வெல்லம் போட்ட உண்ட வெள்ளரிப் பழம்
ஆப்பிளி, அதிரசம், முறுக்கு வட
முட்டாயி வகன்னு...

பொழுது சாஞ்சிச்சின்னா
பாவாட நாடாவ லூசு பண்ணி
எல்லாத்தையும் வச்சிக்கட்டிக்கின்னு
ஈச்ச மரத்தாண்ட மறச்சி வச்சிட்டு வந்து
கூட்டத்துல வந்து கலந்து
வெள்ளாடுற சாக்குல
என்ன மட்டும் கூட்டிக்கினு பூடும்

ஒண்ணு ஒண்ணா துன்ன வச்சி
கடசி பட்ன அவுத்து
சட்டய ஈத்து
எங்கையத் தொடச்சிட்டுத்தாங் கெளம்பும்

நானு ஜொரமின்னு படுத்தப்ப
அஞ்சாறு நாளக்கி

அன்னந்தண்ணியே எடுக்காம கெடந்து
அவுங்க ஆத்தாகிட்ட அடிகூட வாங்கிடுச்சி

ஆயா வூட்ல படிக்க வைக்க
என்ன பட்டணத்துக்கு அனுப்புனதுல
பத்து வருஷம் பறந்து போச்சி

அதுக்குள்ளயே
என்னோட உசுர பக்கத்து வூர்ல
தண்ணியோட எண்ணெயா கலந்து
தலசெம ஒண்ணக் குடுத்து
தாலியறுத்து வெள்ள சேலக்கட்டி
ரெண்டாம் வருசமே
ஊரோட சேத்துட்டானுங்களாம்

ஊருக்குப் புதுசு
கோட்டு சூட்டு காரனுக்கு வழிச்சொல்லிட்டு
வெள்ளாட்டுங்கள ஓட்டிக்கின்னு ஒதுங்கிப்போவுது
பட்டிக்காட்டுச் சருகு ஒன்னு

தேங்க்ஸ் சொல்லிட்டுப் பேரக்கேட்ட எனுக்கு
இதயம் பூரா சப்பாத்தி முள்ளு.

❖

தாலாட்டு

கெளுத்திக் கருவாடு, மரவள்ளிக் கெழங்கு
பொன்னி அரிசி, கொண்டச்சேவலு
பாசிப்பயறு, பழம்புளி, கெணத்துமோட்டு வாழக்கா
மல்லாட்ட எண்ண, மருதாணிச்செடின்னு
எங்க வூரையே பையில போட்டுக்கின்னு
பட்டணுத்துல வாழற
என்ன பாக்க வரும் ஆத்தா...

ராத்திரிச் சாப்பாட்ட முடிச்சி
குத்தாங்காலிட்டு ஒக்காந்தி
வெத்தலப்பாக்க வாயில போட்டு
அரச்சிகின்னே ஆரம்பிக்கும்...

அனிதா பொண்ணு வயசுக்கு வந்தது
கமலா ஆருக்கும் தெரியாம
அண்ணனுக்குக் கொழந்த கலச்சது
ஆடு ரெண்டு குட்டி போட்டது

தம்புருசனப் பங்குபோட்டுட்டான்னு
மூணு புள்ளக்கி அப்புறமும்
முருவம்மா
களத்து மேட்டுலக் கருப்பாயி முடிய புடிச்சிக்கிட்டது...
மங்கம்மா அத்தையும் மன்னாதன் மாமானும்
மல்லாட்ட கொல்லியிலியே அடிச்சிப் பொரண்டது...

ஆத்தங்கர ஆறுகாணி அறப்பு நெல்லு
அடியோட வெள்ளத்துல போனது

இந்த வருசம் சாராய ஏலம் சந்துரு எடுத்தது
ஊர்த் தெருவு சரவணன்
சின்னத்தம்பிகூட தீவாளிக்கு வந்து
மாட்டுக்கறிய மறஞ்சி மறஞ்சி துன்னுட்டுப்போனது

தொப்புளான் சித்தப்பாவ
நாய் தொரத்திக் கடிச்சி
நாளு நாளா பத்தியங்கீரது

தொவர சேங்கன்ன கால் புடிக்கும் போது
எட்டி ஒதச்சிக் குப்பன் மாமா
வெறவீங்கிப் படுக்கையானது

லட்சிமிக்கி ரெட்டப்புள்ள
செத்துப் பொறந்த கத
பாதியிலேயே நிக்கும்
எனக்குக் கண்ண ஈத்துமூடும்.

❖

புளியாங்கொம்பு

அம்மா வெடியக்காத்தால
ஊர்த் தெருவுக்குச் சாணிவாரப்போச்சினா
நானும் கூட ஓடிப்பூடுவேன்
அந்த வயசுலகூட
நானும் அந்த வீட்டுப் பொண்ணும்
வள்ளாடக்கூடாதுன்னு
அவுங்க தெருவுல ஒரு சட்டம் இருந்துச்சி

அப்பக்கூட சாட மாடயா சன்னலுவழியா
பாத்துச் சிரிக்கலனா
அதுக்கும் தூக்கம் புடிக்காது
பெரிய புள்ளயா ஆனதுல இருந்து
சூரிய ஒளிகூட அதுமேல படவுடல
ராத்திரி வந்தாத்தான்
எனுக்கு ரத்தக்கண்ணீரே நிக்கும்

கன்னிமா கொளத்து ஆலமரப்பொந்து
நல்லா இருக்கணும்
அங்கதான் பாத்துக்குவோம்
எல்லாரும் ஊருக்குப் போயிட்டாங்கன்னு
ஒரு நாளு வூட்டுக்கே கூட்டிகின்னு போய்ட்டா...

பாயவிரிச்சிப் படுத்து அரமணி நேரமாச்சி
மலக்கி வெடிவச்சாப்போல பெரிய சத்தம்
ஊரு பட்ட தண்ணிய
வானம் ஒரே அடியா கொண்டாந்து ஊத்துச்சி

குடிச ஒழுவுதுன்னு எங்க வூட்டாரும்
அடுத்தாப்பால கீர ஆண்டாளு வூட்டாரும்
அடிச்சிப்புடிச்சி ஓடியாந்தாங்க
ஊர்த் தெருவுக்கு

வாசல்ல கும்பலா ஒரு கூட்டம் கொரல் குடுக்க
எனுக்குக் கொலயே நடுங்கிப் போச்சி
என்னெ சாலு ஓரமா பதுங்க வச்சிட்டு
வந்தவங்க பேச இவளும் பேச
ரெண்டு திண்ணயும் நெரம்பிடுச்சி
அந்த நேரம் பாத்து பரண் மேல இருந்து
சனியம் புடிச்ச பூன தவலய என் தலயில தள்ளிவுட
“அய்யோ அம்மா”
வெவரமில்லாம கத்திப்புட்டேன்

திண்ணயில இருந்தவங்கள்ல
எங்க ஆத்தாதான் கேட்டுச்சி
“யாரு தாயி புள்ள அது”
“யாருமில்ல குப்பம்மா
ஊர்ல இருந்து அத்தமகன் வந்திருக்காங்க”

பொய்ய வெளக்கமா எடுத்துச் சொல்லிப்புட்டு
தாப்பா போட்டு வெளக்க அமிச்சி
ரெண்டாவது ரவுண்ட முடிச்சி
தாவணியால மூஞ்சத் தொடச்சி
தெருபக்க வாசவழியா என்ன வழிகூட்டிட்டு
வெடிய காத்தால எங்க ஆத்தா கிட்டச் சொன்னா
“மாமா காலயில மொதவண்டிக்கே
ஊருக்குப் போயிட்டாங்க”...ன்னு

எப்பிடிச் சமாளிக்கப் போறாளோ
ஊர்ல இருந்து வந்து கேக்கும்
அவுங்க அப்பன் ஆத்தாகிட்ட
“தெரிஞ்சா தெரிஞ்சுட்டுப் போவட்டுமே
பண்ணையார்க்கெதிரா
யாரு பஞ்சாயத்த கூட்டப்போறானுங்க.”

❖

கந்தாட்டு மாமா

எங்க அத்தக்காரி காசிமாள பாட்டாலயே மயக்கி
பாக்கிட்ல போட்டுக்கினு போனவரு
கதுருவேலு மாமா
அக்கம் பக்கத்து ஊர்ல அவர
பாட்டுக்காரர்...ன்னாத்தான் தெரியும்
அந்தக் காலத்துப் படிப்புக்காரு...ன்னாலும்
தமிழு தப்பில்லாம படிப்பாரு எழுதுவாரு
கூத்துல வேசங் கட்டனாருன்னா
அப்படியே அசலு குறிகாரிதான்
அத்தக்கி மொத்தம் அஞ்சு பொண்ணு
அதுல வசந்தியும் வள்ளியுந்தான்
நானு வாடி போடி...ன்னு
கூப்புடுற அளவுக்கு இருப்பாளுங்க
அத்தை இருந்திருந்தா அதுக்கு ஐசு வச்சி
அவளுங்க ரெண்டு பேரயும் பொண்டாட்டிகளாக்கி
ஒத்த வூட்டுக்காரனாயிருப்பேன்

ஆருக்கும் குடுத்து வைக்கல
மாட்டுக்கு வக்கிலு எடுக்கறப்ப
நல்ல பாம்பு குத்தி நொப்பு நொரத்தள்ளி
அத்தக் கண்ண மூடிடுச்சி
சித்தர மாசம் விடுப்புக்கு
அவுங்க வூட்டுக்குத்தான் போவேன்
"ஒந்தங்கச்சிய குடுக்கிறீயா"...ன்னு கேப்பாரு மாமா
"ஊங்... ஊங்...ன்னு வேகமா மண்டய ஆட்டுவேன்
ஊருபட்ட உண்ட முறுக்கு வாங்கியாந்து தருவாரு...

சாவு உழுந்து பூட்டாக்கா பாட்டுப்பாடப் போவும் போது
நானுங்கூடப்பூடுவேன் நின்ன அரமணி நேரத்துக்குள்ள
அஞ்சி பத்து... ன்னு அவுரு லிங்கி ரம்பிடும்

இட்டுக்கின்னு கடக்கிப்போயி
ரெண்டு பேருக்கும் சமமா வாங்குவாரு

அவருக்குச் சாராயம்
எனக்குச் சப்பர முட்டாயி
அவருக்குக் கணேசு பீடி
எனுக்குக் கறிதோச...
அவுரு ஈடு பொம்பளைங்கள
கிண்டலு பண்ணாருன்னா
நேத்து வயசுக்கு வந்த மேரி
வெக்கப்படுவாங்க

இன்னிக்குப் பெரிய ஆம்பளயா வளந்துட்டாலும்
கொழந்த பையனாத்தான் நடந்துபோறேன்
கண்ணக் கசக்கிகின்னே
மாமா பாடக்கொம்பத் தூக்கி...கின்னு.

❖

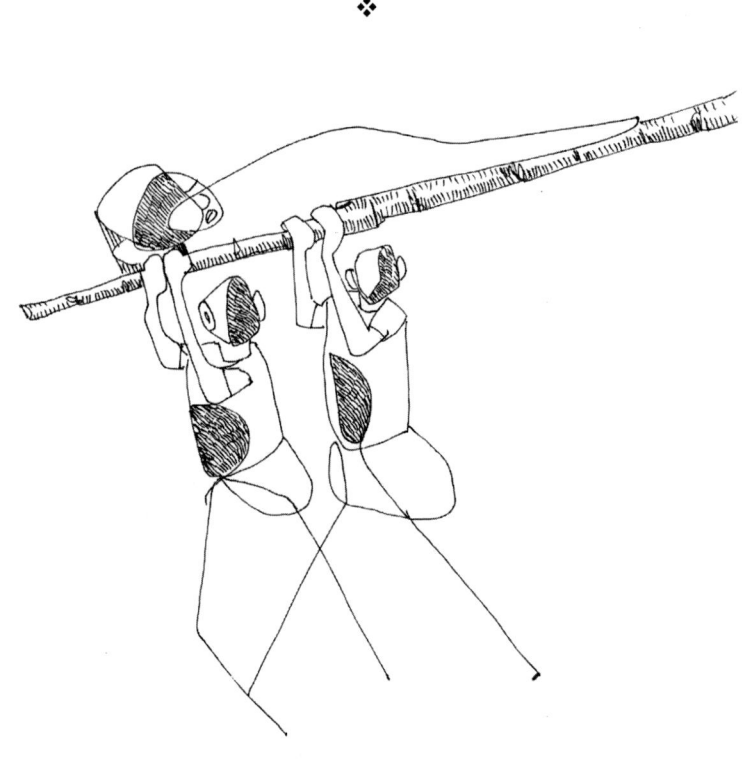

பிரிவாற்றாமை

ஒவ்வொரு ஊர்ப் பயணத்தின்போதும்
ஓடிவந்து வரவேற்க
கூப்பிட்டதும் படக்கென மரியாதை தர
செய் நன்றியைக் குழைத்துக் குழைத்து
உள் நெஞ்சில் தேக்க
அடித்து விரட்டினாலும்
அடுத்த வேளைச் சோற்றுக்கு வந்து நிற்க
இனி எனக்கென்று யாரிருக்கிறார்கள்
சதி செய்து போய்விட்டான்
சர்க்கார் வண்டிக்காரன்
மண்டை நசுங்கிக் குடல் பிதுங்கி
நடு ரோட்டுப் பிணமாய்
நெஞ்சில் பொத்தி வளர்த்த நாய்.

என்னை விடுங்கள்

குருதிக்கறைப் பாவாடை இன்னும் அலசப்படாமலிருக்கிறது
பூப்பின் ரணம் ஆறுவதற்குள்
நீவிக்கொண்டு கிளம்பென அவசரப்படுத்துகிறாள்
அம்மாவெனும் புனைபெயரிலிருக்கும் ஒருத்தி
அண்ணன்
அடகுப் பொருட்களில் ஒன்றாய்ப் பாவிக்கிறான் என் உடலை
நச்சரிப்புகளும் கட்டளைகளும் காது கடித்துக் குதறுகின்றன
கழுத்தளவு நஞ்சில் உயிர்
இறகு பிய்த்து எலும்பு நசுக்கித் தயாராகிறது
பச்சை ரத்த புறா ரசம்
முட்கள் விரித்து வெள்ளாட்டுக் குட்டிக்கும் ஓநாய்க்கும்
ஒரு புணர் ஏற்பாடு
தாத்தாவிற்கு எனை விலைமுடித்து வந்த கணங்கள் தொட்டு
உருகி ஒழுகும் இரும்புத் திராவகத்தால்
வீங்கிக் கனக்கிறது என் பிஞ்சு மார்புப் பை
உங்கள் கட்டாயத்தின் பேரில்
ஏழாவது மாடியின் மேலிருந்து
போட்டுடைக்கிறேன் நெடுநாள் கனவுகளை
மிகுந்த சிராய்ப்புகளோடு
வதைகளையும் குரூரங்களையும் சொல்லி அழுகின்றன
பருவக் கொட்டகையில் கட்டி வளர்த்த ஆசைகள்
இனி நீங்கள் விரும்பிய வண்ணம் பணம் சம்பாதிக்கலாம்
இதோ என் பாலுறுப்புகளைத் தரையில் போட்டுவிட்டு
மனதை மட்டும் எடுத்துக்கொண்டு பறந்து போகிறேன்.

(ஒரிசா மாநிலம் பசுந்தராவைச் சேர்ந்த மீனாத்தி எனும் மலைவாழ்ச் சிறுமியை 50 வயதுக் கிழவனைக் கட்டிக்கொள்ளும்படி தன் தாயும் சகோதரனும் சித்ரவதை செய்தது தாளாமல் அந்த 14 வயதுக் குழந்தை தற்கொலையுண்டாள்.)

❖

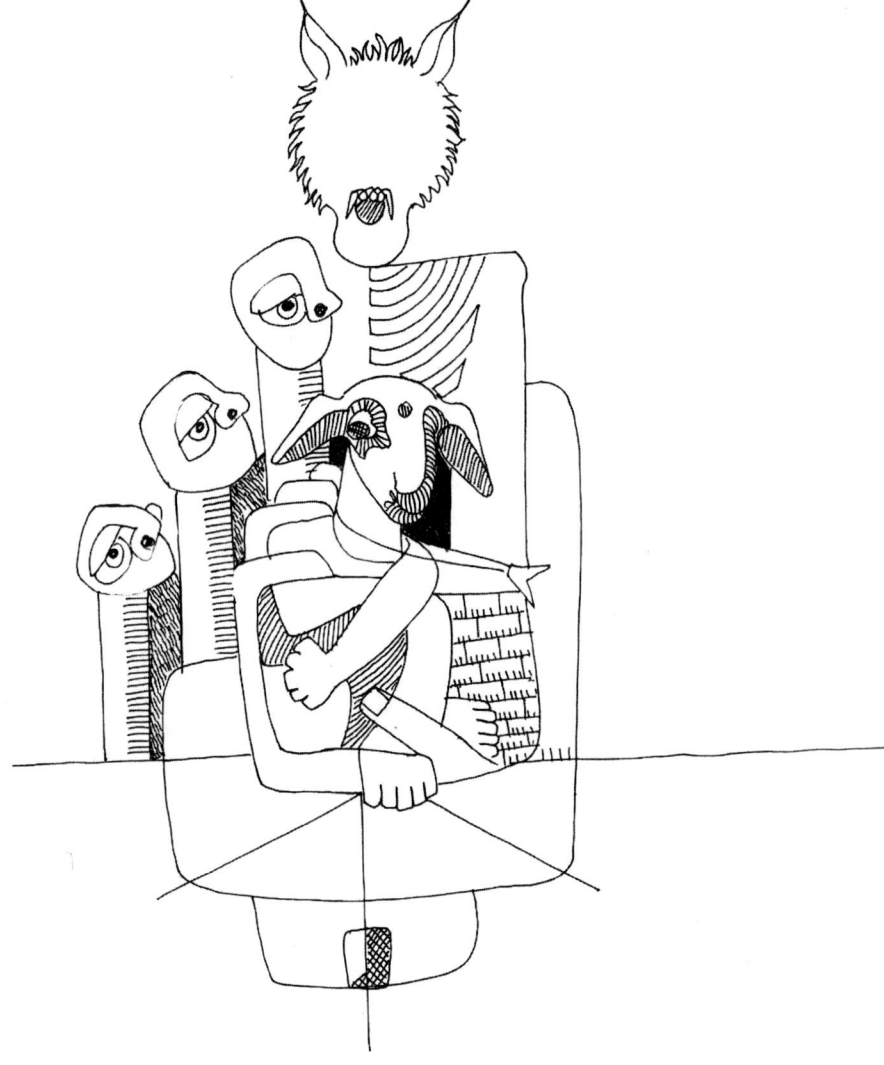

வழக்கம்

வருசா வருசம் கார்த்தி மாசம் வந்துட்டா
எங்க ஊரு ஆத்துல
சமுத்திரம் போல தண்ணி வந்துடும்

மடயத் தெறந்துக்கின்னு
சிங்கக்கூட்டம் பூந்தாப்போல
ஊரு உள்ள வந்து வூட்டு உள்ள எல்லாம்
சேரும் தண்ணியுமா ஆக்கிட்டுப் போயிடும்
எங்க வூட்லதான் விசேஷம்
மொழங்காலு அளவுக்குத் தண்ணி நிக்கும்

எல்லாரு வூட்டு மண்ணு செவுரும்
கீழ உழுந்து செத்துப்பூடும்
ஒரு தடவ நாங்கூட
அடியில மாட்டிப்பொழச்சதா
ஜெயமலா அத்த அப்பப்ப
கிண்டல் பண்ணும்

கையில கெடச்சத வாரிக்கின்னு
அசேபா பள்ளிக்கொடத்துக்கு
எல்லாரும் ஓடிப்புடுவோம்
அரசாங்கத்தாரு வந்து பாத்துட்டுப்
போட்டோ எடுத்துக்கின்னுப்போயி
பொட்டலஞ்சோறு அனுப்பி வைப்பாங்க
அஞ்சாறு நாளக்கி அடுப்பெரியாமலே
பொழுது போயிடும்

தண்ணிக் கொறஞ்சிச்சின்னா
வூடு வாரியா நிவாரணத் தொகையும்
அஞ்சு கிலோ அரிசியும் வந்து தந்துட்டுப் போவாங்க
அத வச்சி
கால் ஒடிஞ்ச குடிச எல்லாத்தையும்
கட்டுப் போட்டுக்குவோம்

இப்படித்தான் ஒரு கார்த்தி மாசம்
ஆறு தன் வேலய அதிகமா காட்ட
பக்கத்தூரு பள்ளிக்கொடத்துக்கு குடிபோயிட்டோம்
அந்த ஊருக்காரங்க எங்கள எல்லாரையும்
அகதிகளா பாத்துப்போனத
இப்ப நெனச்சாக்கூட அசிங்கமா இருக்குது

திருவிழா நடத்தும்போதெல்லாம்
மாரியாத்தாகிட்ட
எல்லாரும் வேண்டிக்குவாங்க
குறி வச்சிக் கேட்டதுக்கு
அஞ்சல மேல ஆத்தா வந்து சொன்னுச்சி
" ...ம்...ம் நானு என்னடா பண்ணுவேன்
உங்களுக்கு முன்ன இருந்தவங்க
எங்கிட்ட வந்து தண்ணிக்கு வரம் கேட்டாங்க"
"நானு... ஊருக்கே பேருவச்சிக் குடுத்துட்டேன்
வெள்ளங்கொண்ட அகரமின்னு
இப்போ அத மாத்தனுமின்னா
ஊர் எல்லயில கீர
எந்தங்கச்சிய கூட்டியாந்து
உங்களுக்கு நடுவுல வச்சி
கோயிலு கட்டிடுங்க"...ன்னு
அத்தனப்பேரு மத்திலயும்
ஆத்தா ஆடிக்கிட்டே லஞ்சம் கேட்டுச்சி

அந்த நேரத்துல ஆத்தாவ
நம்ம பசங்க
நேராவே கிண்டல் பண்ணிட்டானுங்க

சத்தமா ஒருத்தன் சொன்னான்
"அஞ்சலக்கா மொவங்கெணத்துல உழுந்துட்டான்"
கேட்டதும் அய்யோ...ன்னு கத்திக்கின்னு
அஞ்சல பறந்துடுச்சி
பக்கத்துல நின்னுக்கின்னு இருந்த
ஆயா சொன்னுச்சி
ஆத்தா மலயேறிட்டாளாம்.

❖

முன்னறிவிப்பு

அம்மா நல்லாருக்கியா
இருமலு மார்வலி எப்படி இருக்குது
டானிக்குக் காலியாயிடுச்சின்னா
கமலதாசு வரும் போது சொல்லியனுப்பு
நம்ம ஊர்ல மழன்னு கேள்விப்பட்டேன்
வூடு ரொம்ப ஒழுவுச்சின்னா
பொட்டி நனையாம மேல
கோடிபோட்டு மூடிட்டு
சின்னாம்மா வூட்டுக்குப்போயி படுத்துக்க
ஒண்டியா இருக்காத காத்து கீத்து அடிக்கும்
பெரிய லப்பரு கொடத்துல தண்ணி தூக்காத
சும்மா பட்டினி கெடந்தா
திரும்பவும் அல்சர் வந்துடும்
கஞ்சிகாச்சி கரச்சியாவது குடி
வாசு கடயில சொல்லிட்டு வந்திருக்கேன்
நொய் வேணுமுன்னா வாங்கிக்க
வெத்தலபாக்கு போடும் போது பொயல போடாத
பூனக்குட்டிங்கள யாராவது தூக்கிடப்போறாங்க
அதுங்க ஆத்தா வந்துச்சின்னா சோறு வையி
முன்ன மாதிரி அடிக்காதம்மா...
நான் வந்திருந்தப்போ உழுந்த தைல மரத்த
ராமாயி அத்த வூட்ல கேட்டாங்க வெலய பேசி முடிச்சிட்டேன்
அறுத்துத் தூக்கும் போது காசு குடுப்பாங்க
வாங்கி ரேசன் காட மூட்டு வச்சிக்க
எங்க எசமான் ரொம்ப நல்லவரு
மூணு நாளு லீவு வுட்டுருக்காரு
உனக்குப்புடிச்ச வாயில் பொடவையும்
அக்கா மொவளுக்குக் கொலுசும் வாங்கி வச்சிருக்கேன்
அப்பா போட்டோவ பிரேம் பண்ண
கடயில குடுத்திருக்கேன்
பத்ரமா இரு அஞ்சாந்தேதி வந்துடுறேன்.

❖

காரணப்பெயர்

ஒரு அடிக்கு ஒரு வாயி எங்க ஊரு ரோட்டுக்கு
மழக்காலம் வந்துடுச்சின்னா
ஒடம்பு ஈரத்தால
வரவங்க போறவங்க எல்லாரையும் வழுக்கிவுட்டுச் சிரிக்கும்
தண்ணி வத்துச்சினா
கல்லால பல்லு மொளச்சிடும் இதுக்கு
பள்ளிக்கொடம் போவும் போது
எங்க பாதத்தக் கடிக்கும்
எங்க ஊரு அக்காவுங்க
புள்ளதாச்சா ஆயிட்டாங்கனா
பஸ்ல ஏத்திக்கினு போவோம்
போற வழியிலேயே பிரசவம் பாத்துப்
புள்ளயப்பெத்துக் குடுத்துடும்
தாலி கட்டாத வயசுப்பொண்ணுங்க
பருவக் கோளாறுல
தப்புத் தண்டா பண்ணிட்டாங்கன்னா பயப்பட வேணாம்இதுல
சைக்கிளு ஓட்டிட்டுப்போனா போதும்
சகலமும் சரியாயிடும்
இதனாலத்தான் எங்க கூட்டணி சேந்து
இதுக்கு வச்சிடுச்சி “எலவச டாக்டரு”...ன்னு.

❖

கிழிக்கப்படாத நாட்கள்

நாங்க நாலு பேரும் ஒண்ணா இருந்தோமன்னா
வவுறு பசியாவே இருக்காது
பள்ளிக்கொடத்துலயும் ஒரே வகுப்புல
ஒரே வாத்தியாருகிட்டத்தான் படிச்சோம்

வூட்டுப்பாடம் தப்பா இருந்தா
பொன்னுசாமி வாத்தியாரு பொலந்துடுவாரு
அந்த வெறுப்ப சிலேட்டு மூஞ்சில
காறி... காறித்துப்பிக் காட்டுவாங் கதிரவன்

மல்லாட்ட தரலன்னு கோச்சிக்கினு போன மகேசு
அன்னிக்கி பொழுதுக்கவே பழம் வுட்டுட்டுப்
புடிக்கிற ஆட்டத்துல கலந்து
எங்க பேச்சி கூடிக்குவான்

அம்மாவுங்களுக்குத் தெரியாத
அடுப்புக்கரிய பேப்பருல வாரிக்கினுப்போயி
கோயிலு பின்னாடி வச்சிக்கினு
துன்னுபுட்டு வாயத்தொடச்சிக்கினு வந்துடுவோம்
அடுப்புக்கரிக்கு அடுத்த படியா
பல்பம் துன்ற பார்ட்டி ஜானகிராமன் மட்டுந்தான்
எதுக்குப் பாத்தாலும்
என்னத்தான் மொதலாளின்னு சொல்லுவானுங்க

ஒரு நாளு நாலுபேரும்
ராத்திரி வேட்டயில பச்சம்மா வூட்டுப்
பப்பளிக்காய அறுத்தாந்து
குப்பயில பொதச்சிவச்சிட்டோம்

அன்னிக்கிச் சாயங்காலம்
அந்தப் பொம்பள வுட்ட டோசு தாங்காம
காதுல பஞ்ச அடச்சிக்கினோம்

மறாநாத்து கோழி குப்பய சீக்கும்போது
எங்க குட்டு ஒடஞ்சிபோச்சி
வெளிய தலய காட்டவே வெக்கமா இருந்துச்சி

நாலு பேர் வூட்லயும் நல்ல சாப்பாடு
கதிரவனுக்குக் கன்னம் ரெண்டும் ரோசாப் பூவாயிடுச்சி
அதலயிருந்து ஒர்த்தரு ஒர்த்தர எதுர்ல பாத்தாக்கூட
கம்முன்னு பூடுவோம்

அடுத்த சங்கமம் ஜமீன் கொய்யா தோப்புலயோ
தர்பூசணி தோட்டத்துலயோ
புடிக்கிற ஆட்டத்திலயோ ஆரம்பிக்கும்

நாத்திக்கெழம ஆச்சின்னா
ஆத்துல தூண்டிபோட்டு
ஜிலேபி, கெண்ட, கெளுத்தி புடிச்சி
சுட்டுத்துன்னுவோம்

பால்வாடிக்குப் போயி
பருப்புல புழுவு பொறுக்கிப்போட்டா
மாவுக்குடுக்கும் மங்கம்மா அத்த
ஓணானுக்குத் தூக்கு மாட்டி
ஓட்டாங்காச்சி ஒடச்சி
கண்ணுல காசு வைக்கிறது நானு

"டனுக்கு னக்கா டனுக்கு னக்கா"…ன்னு
வாயால கதிரவன் மோளம் அடிச்சான்னா
மாட்டுத் தோலால கட்றதே தோத்துப்பூடும்

காட்டாமினி கொம்பால பாடக்கட்றதுல
கில்லாடிக்குக் கில்லாடி ராஜா
கடசியா சரவணன் கொள்ளிபோட்டுப்
பனங்குடுக்கயால கொடம் ஒடச்சானா
நாலு பேரும் ஆத்துல
தல முழுவிட்டு வந்துடுவோம்

அன்னிக்கி ராத்திரியே
பூர்சமரத்துல அடங்குற
ஊராமூட்டுக் கோழிங்களப்புடிச்சாந்து
கசப்புத்தல[1] முடிச்சிடுவோம்
கல்யாணம் பண்ணிக்கிற ஆட்டத்துல
கதிரவன்தான் மாப்ள சுமிதாதான் பொண்ணு

வாட்சி, மோதரம், கம்மலு, மூக்குத்தி, கொலுசு...ன்னு
வேண்டிய நகயெல்லாத்தையும்
விதவிதமா செஞ்சி எடுத்தாருவோம்
ரோட்டுல தாருப்பிச்சி

அது அப்படியே உருவி
சுமிதா ஒடம்புலயும் மூஞ்சிலயும் ஒட்டிக்கும்
அவுங்க ஆத்தாகாரி
எங்கள வாயிலபோட்டு மொன்னு எடுத்துடுவா

கல்யாணப்பொண்ண நடுவுல ஒக்காரவச்சிட்டு
நாலு ஆம்பளைங்களும்
ஆளுக்கொரு பக்கமா நின்னுக்கினு
கிசுனால[2] தொட்டுத் தொட்டுத் தார எடுத்தோம்

தலயில இருந்தத மட்டும் எடுக்க முடியாம
மொட்ட அடிக்க வேண்டியதாப் போச்சி
பாவம் அந்தப் பொண்ணு
முடிய எடுத்த பத்தாம் நாளே வயசுக்கு வந்துடுச்சு

எல்லாம்
எல்லாம்
எல்லாம்...
எனக்கு நெனப்பிருக்குது

படிக்கப்போறன்னு பட்டணத்துக்குப் போன
கதிரவன் பையன்
தீபாவளி பொங்கலு திருவிழாவுக்கு
ஊருக்கு வந்தா
வானத்துல இருந்து
குதிச்சவன் மேரி பண்ணிக்கிறான்

வெத்தலப்பாக்கு ஒரலுக்கு
வெளங்காத மொழியில பேசறான்.

❖

1 – சாவுச் சடங்கு; 2 – மண்ணெண்ணெய்

அரைச்ச மாவு

ஊர்ல ஆரு செத்தாலும்
எங்க ஆத்தா கட்டிக்கினு அழுவக்கெளம்பிடும்
அழுவுற பாட்ல இத்த அட்சிக்க ஆராலயும் முடியாது
சாவுசெத்த பதனாறாம் நாத்து கருமேதி பண்ணுவாங்க
பாயசம் வட அப்பளம்னு சோறுபோட்டு
வீடியோ படங்காட்டுவாங்க
அன்னிக்குதான் அல்லாரும் ரொம்ப ஜாக்கிரதையா இருக்கணும்
போனவங்க திரும்பி வருவாங்களாம்
பொழுது வெடிய கொழாவுல தண்ணி புடிக்கறப்ப
எல்லாப் பொம்பளைங்களும் பேசிக்குவாங்க
"ராத்திரி முக்கூட்டுல ஜல்லு ஜல்லு...ன்னு சத்தம் வந்துச்சி"
"எங்க ஊட்டுமேலகூட கல்லத்தூக்கிப் போட்டுச்சி"
அல்லாத்துக்கும் மேல
ராமாயி தாலிய அறுத்துடும்
ராத்திரி அவுங்க ஊட்டுக்காரங்கூட
படுத்துக்கின்னு இருக்கிறப்ப என்னமோ கதவத் தட்டுச்சாம்
அப்பறம் காலப்புடிச்சி ஈத்துச்சாம்
அல்லாத்தையுங் கேட்டுக் கேட்டு இப்பல்லாம்
மாமிகூட அது மேரி பேசக்கத்துக்கிச்சி
"ராத்திரி வெளிய போவும் போது இன்னமோ கறேல்னு
நின்னுக்கின்னு இருந்துச்சாம்"
மாமா அத்தக் கேட்டுட்டுப்
"போடி போடி சோம்பேறிச்சின்னு"
சும்மனாங்காட்டியும் ஆக்கிட்டாரு
இந்த வாட்டிச் செத்துப்போனது
தொண்ணூறு வயச
தோள்மேல வாங்கிப்போட்டுக்கினு
கண்ணுத்தெரியாமப் போயி
தடவிக்கின்னு ஒக்காந்த எடத்துலயே
ஒண்ணுக்குப் போய்ங் கடந்துட்டு
அடங்கிப்போன அந்தச் சுப்பம்மா கெழவி.

❖

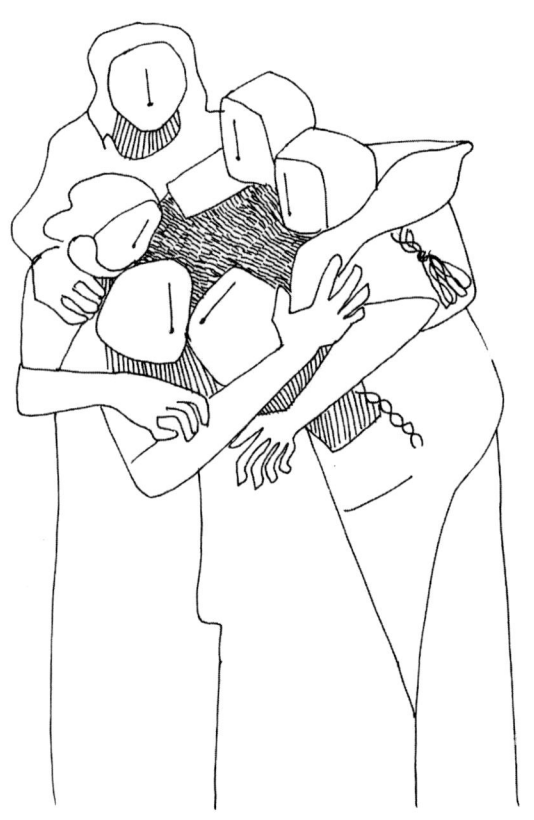

புதைக்கப்பட்ட ரகசியம்

எங்க வூட்ல இருந்தா செரியா படிக்கமாட்டேன்னு
அத்தப்புள்ள எட்டிமாமா என்னெ
அவங்க வூட்டுக்கு இட்டு மூட்டாரு
துணி புஸ்தகம் சோறு வாங்கித்துன்ன காசி...ன்னு
எல்லாங் குடுத்துப் பள்ளிக்கொடத்துக்கு பஸ்ல அனுப்புவாரு
கராத்தாவுல வேற சேத்து வுட்டாரு
அப்பதான் சோலமொவ
ஆனந்திகூட எனக்குப் பழக்கம்
எதுரு வூட்டுக்கு நானு தாயம் ஆடப்போனாக்கா
அதுவும் வந்து கலந்துக்கும்
தப்புத் தப்பா காய்வுட்டுச்சின்னா தலயில கொட்டுவேன்
அங்க இங்க கைப்பட்டாகூட கம்முனுதான் இருக்கும்

ஒருநாளு ராத்திரி பன்னண்டு மணிக்கு
ஆட்டத்த முடிச்சிட்டு வூட்டுக்குப் போறப்ப
அதுக்கு முன்னாலயே வழியில வந்து நின்னிருந்து
கட்டிப்புடிச்சிட்டேன்

“வூட்ல தேடுவாங்க நாளக்கிப் பொழுது சாய
புங்கமரத்தடிக்கு வந்துடு”...ன்னு
படபடன்னு சொல்லிட்டு
முத்தங்குடுத்துட்டுக் கௌம்பிடுச்சி
சொன்ன மேரி மறாநாத்தே தொடங்கிட்டோம்
அப்பறம்
ஓடக்கரத்தோப்பு நாட்டார் வூட்டுச் செட்டு பங்களா...ன்னு
அல்லா எடத்திலயும்...
எப்பவும் மறக்க முடியாது
அன்னம்மா வூட்ட அவுங்க அல்லாரும் வூருக்குப் பூட்டாங்க...ன்னு
ஒரு ராத்திரிய அங்கதான் கழிச்சோம்
ரெண்டு பேரு துணியும் எட்டக்கடந்தத
இப்ப நெனச்சாக்கூட அசிங்கமா இருக்குது
எனுக்குத் தூக்கம் வந்துச்சின்னா
அதும் மாருதான் தலகாணி

அவுங்க அக்காவுக்குத் தெரிஞ்சி போயி
அதுவும் எதுவும் சொல்லல
எங்க ரெண்டு பேரயும் வூட்டு உள்ள வுட்டுக் கதவப்பூட்டிக்கினு
அப்பப்பா கடக்கிப்பூடும்

பாவி மொவ இதுவெரிக்கும்
பப்பிளி பழத்தாலயும் பார்வதி ஆயாவாலயும்
பத்துப்புள்ள பாவத்த கொட்டிக்கினு இருப்பா

ஊருக்குப்போயி திரும்பி வர்றப்ப
அவுங்க ஆத்தா
எங்க மாமா வூட்டு வாசல்ல நின்னுங்கீரத்தப் பாத்துட்டு
எனுக்கு மனசு படுக்குன்னுச்சி

கோழி கேக்க வந்துகீராங்கன்னு
எங்காதுல திலகம் பாப்பா
குசு…குசு…ன்னு சொல்லுச்சி
ஆனந்திக்கு மருவாம்.

❖

எங்க வூடு

கார்த்தி மாசத்து மழயில காலெல்லாம் வலச்சிகினு ஒடம்பே
சனிமூலக்கியா போயிடுச்சி
செதயெல்லாத்தையும் துன்னுப்புட்டு ஓலயில நரம்ப மட்டும்தான்
வுட்டு வச்சிருந்திச்சி கறையான்
உள்ள போயி அண்ணாந்து பாத்தா ஒலகமே தெரியும்
மழ வர்றப்ப ஆத்தா
கிண்ணம், கௌாசு, செம்பு, தட்டு, குண்டான்,
பானச் சட்டி அல்லாத்தையும் வூடு பூரா கடப்பரப்புச்சினா
வெறுங்கறுப்பு காப்பியா வந்து ரம்பும்
பட்டணத்துல படிச்சிட்டு ஊருக்கு வரும் என்னப்பாக்கும்
ஆத்தா மூஞ்சில பாலவனத்துல
பச்சச் செடி மொளச்ச சந்தோசம்
காய கசங்க நறிக்கி
மூலிப்பல்லாவுல சோறு பொங்கிப் போட்டு வைக்கும்
லுங்கியத்தளத்தி வுட்டுக் குந்தி கைய வைப்பேன்
எலிங்க மோட்டுவலயில மொத ராத்திரி நடத்தி
தட்டுச் சோத்துல கறையான் மண்ணக் கலந்துடும்

ஊருபட்ட சாப்ன வுட்டுட்டு அழுவாத கொறயா
"எப்பா செத்தப்பொறுத்துக்க"ன்னு சொல்லிட்டு
மறுஒல வச்சி கூப்புனு அரிசியக் கழுவி
கொதிச்ச தண்ணியில போட்டுப் பொங்கி வர
அடுப்பு அழுவுறச் சத்தம் கேட்டு
வடித்தட்டத் தறந்தா பல்லி ஒண்ணு உழுந்து
தற்கொல பண்ணிக்கும்
பொறந்ததுல இருந்து போற வரைக்கும்
எல்லாம் அடாவடியாத்தான் வாய்ச்சிடுச்சி
ஆத்தா ரொம்பப் பாவம்.

❖

விடுதலை

நோய் தின்று சப்பியெடுத்த கட்டை
நொந்து தளர்ந்த கை கால்கள்
இருட்டுக் கண்கள்
முதிர்ப்பேரிய அகவை
மூலைத்திண்ணையில்
மருந்தின் கனவுகளோடு
மலம் குழைத்து மன்றாடும் நீ
மனையாளும் மக்களும் தள்ளிவைத்து
மூட்டை மூட்டையாய் வந்திறங்கும் சித்ரவதை
உன் சாவில் முலை கழல
அடித்துக்கொள்வோரைப் பார்த்து
நான் மட்டும் சிரிக்கிறேன்.

நத்தை வயிற்றில் முத்து

டிவியில செவப்பு ஒதட்டுக்காரி
ஒருத்திய பாத்துட்டு வந்து
தங்கச்சி அம்மாகிட்ட அழுது அடம் புடிச்சா
“லிப்ஸ்டிக் லிப்ஸ்டிக்”...ன்னு
அம்மாவுக்கு வெளங்காம
ஆத்தரம் வந்து நாலு சாத்துச் சாத்திட்டு
அர்த்தத்த என்னான்ட கேட்டுச்சி
நான் வெவரமா வெளக்கிப்புட்டு
தங்கச்சி கண்ணத்தொடச்சி
“வா ...வாங்கித்தரேன்”ன்னு கூட்டிக்கினுப்போயி
வரப்பு மேல ஒக்கார வச்சிட்டு
சப்பாத்திப் பழத்தக்கிள்ளி பில்லுப்போட்டுத் தேச்சி
பொளந்து முள்ளெடுத்துக் குடுத்துத் துன்னச் சொன்னேன்
தங்கச்சி வூட்டுக்குப்போயி
கண்ணாடி எடுத்து ஒதட்டப் பாத்துட்டு
அம்மாவாண்ட காட்டிக் காட்டிச் சிரிக்குது.

❖

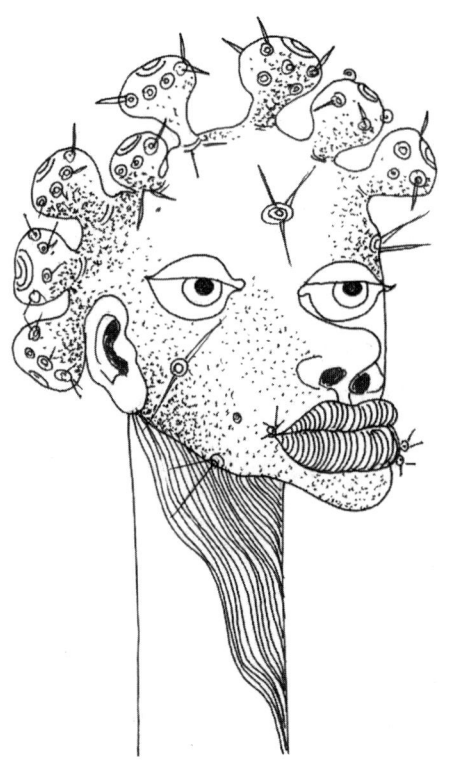

நீலம்

சில செயற்கைகள்

முக்கூட்டுல கீர பாழடஞ்ச கெணத்த
ரெண்டு நாளக்கி மின்னாடிதான்
புல்டோசரு வச்சி இடிச்சாங்களாம்
எவனோ வெளிநாட்டுக்காரனாம்
முந்திரித் தோப்ப வெலைக்கு வாங்கி
அடியோட வேர் பேத்து
மடிச்சிக் கம்பி வேலி போட்டுட்டானாம்
நாங்க படிச்ச பள்ளிக்கொடம் எல்லாம்
குட்டிச்செவுரா பாழடஞ்சிங் கெடக்குதாம்
பசங்கல்லாம் பக்கத்துல கட்ன
புதுபில்டிங்ல படிக்கறாங்களாம்
மிசினு வந்து அறப்பு அறக்குதாம் போன வாரம்
போலீசு வந்து ஒரு பனமரம் வுடாமத் தேடிப்புடிச்சி
பல்லாவுங்கள ஒடச்சதாட
வுட்டுட்டுப் போவாத ஆளுவச்சி
ஒரு பால வுடாத
வெட்டிப் போட்டுட்டுப் பூட்டானுங்களாம்
ஊருக்குப் போலாமா வாணாமா.

❖

மழைப்பலி

சுவர் இடிந்து விழுந்து
செத்த மகனுக்கு வந்த இழப்புத் தொகையில்
அரிசி வாங்கிச் சமைத்த சோறு
வீட்டில் யாருக்கு ஒப்பும்.

நகர்வு

இறக்கை படபடக்கக் கோழி உரிக்கப்படுகையில்
காட்டாமணக்குக் கொம்பில் மண்டை ரத்தம் காயாமல்
தொங்கிக்கொண்டுபோன அணில்களுக்காகக்
கோணிச் சாக்கில் போட்டுத் தரையில் அடித்துக்
கொல்லப்பட்ட தாய்ப்பூனைக்காக
அப்படி அழுதிருக்கிறேன்
நல்லபாம்புகள் பெருத்த பனங்காட்டில்
நுரைத்தள்ள செத்துக்கிடந்த ஆட்டிற்காக
இரு இரவு ஒரு பகல்
ஆகாரம் எடுக்காமல் கிடந்ததை
இப்போதும் கதை கதையாய்ச் சொல்வாள் அம்மா
இறுகக் கட்டிய கால்கள் கண்கள் பிதுங்க
முத்தாய் உருளும் கண்ணீர் திமிரத் திமிர
கால் பிடித்துக்கொண்டிருந்த சேங்கன்னை* பார்க்க மாட்டாமல்
"தாத்தா தாத்தா... ரொம்ப வலிக்குது போலருக்குது
வுட்ரு தாத்தா" ...ன்னு சுற்றி நின்றவர்கள் சிரிக்க
சோகம் கசிய ரெங்கநாதன் தாத்தாவிடம் கெஞ்சியது
மறக்க முடியாது
உயிர்களின் மீதான ப்ரியம் நல்லது கெட்டது ஒரு எழவும்
புரியாத வயதில்தான் அதிகம் இருந்தது.

*எருதுக்கன்று

❖

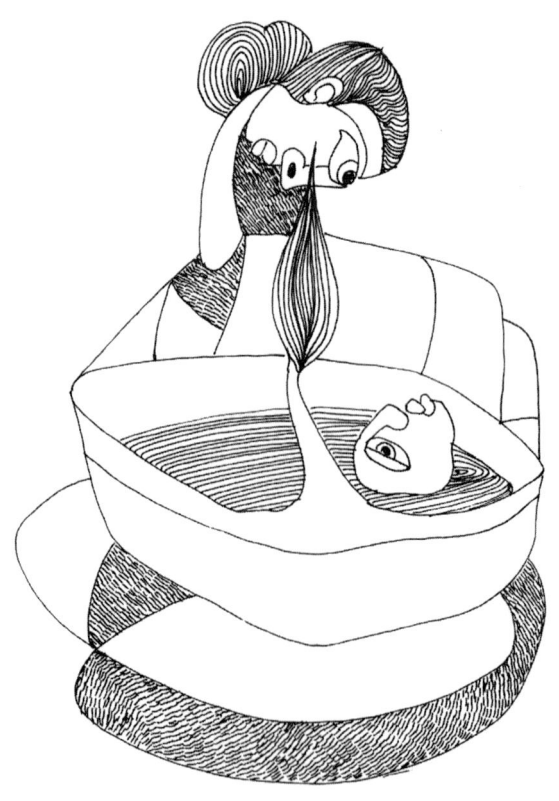

அப்பா கத

பள்ளிக்கொட வயசிலிருந்தே பழகனவங்களாம்
அப்பாவும் அந்தப் பொம்பளயும் பாழுங்கெணறுன்னு தெரியாம
அந்த மனுசன் மேலப்போயி அம்மா ஆசப்பட்டுடுச்சி
இழுத்துக்கின்னு ஓடிப்போயி படாத பாடெல்லாம் பட்டு
சொத்துச் சொகம் சேத்து மூணப்பெத்து
ஊர்லயே பெரிய பணக்காரா இருந்த காலம் ஒண்ணு
பள்ளிக்கொடத்துச் சவகாசம் அப்பா கண்ண மறைக்க
குரும்பரம் காட்டுக்குச் சுள்ளி பொறுக்க வந்த
அடுத்தவன் பொண்டாட்டி மூணு புள்ள காரிக்கிட்ட
அட்டப்பூச்சி ஆயிட்டாரு
ஒடம்பு சொகத்துக்கு மயங்கிப்போயி
பொம்பளப் பேச்சிலயே வாழ்க்கைய பொசுங்க வுட்டுட்டாரு
சுத்தமா செஞ்சு வச்சாலும் சோத்துலக் கல்லுன்னு சொல்லி
ஆத்தாவ எட்டி எட்டி ஒதைப்பாரு

மார்க்கெட்டுக்குப் போய்வந்தாருன்னா
மாம்பழம் மல்லியப்பூவு மசால் தோச...ன்னு
பார்சல்ல போயிடும்
இருட்டு வேளயில திருட்டு முந்தானி போட்டவளுக்கு

எங்க வாசல்லயும் கடமைக்கு வந்துவுழும்
மய்யம் பூத்த மரளிக்கெழுங்கும் மாட்டுக்கொடலும்
ஆத்தா மண்டயப் பொளந்து
சட்டியில ரத்தம் புடிச்சி வச்சிட்டு
அடுத்தவளாண்ட சொல்லிச் சிரிப்பது
அவருக்குப் பொழுதுபோக்கு

திலகம் பாப்பாவக் காலப்புடிச்சி நெல்லுக்கட்டு அடிச்சது
கதறக் கதற கத்திப்புடியால என்ன நசுக்கனுது
இப்பக்கூட என் நெஞ்சில பச்சயா இருக்குது
வாரத்துல மூணு நாளாவது
அம்மா திண்ண மேல பொணமாயிடும்
இந்த ஒத்த நாடி
இம்மா நாளூ எங்கள வச்சிக்கினு அங்கேயே இருந்திருந்தா
அதும்மேல ஆயிரம் பேர வச்சிட்டு இருப்பாங்க

அடமழ வெள்ளம் கார்த்தி மாசம் ஒரு நாள் ராத்திரி
ரெண்டு மணிக்கு எங்கள கூட்டிக்கினு
கடுக்கலூரு...ன்னு ஒரு தேசத்துக்கு வனவாசம் வந்துடுச்சி
“சாறு தீந்தா சக்க எதுக்கு”
ஆடி அடங்கிட்டாரு அப்பா கையில மீந்தது
இடுப்பொடிஞ்சி கரையாந்துன்ன குடிசயும்
கரிமூஞ்சி அலுமினிய வட்டாவும்
ஒதடு போன பான ஒண்ணுந்தான்

நல்லத்தங்கா ஆத்தாக்கிட்டயும் ஒண்ணுமில்ல
ஆனா சொத்துச் சொகம் பணம் பத்தும்
எங்கிட்ட நெறய இருக்குதுன்னு
ஊருபடச் சொல்லிப் பெருமப்பட்டுக்கும்
என்ன கையக்காட்டி.

❖

மண்ணும் மானமும்

அவரவருக்கிருந்த துண்டுத் துண்டு நிலங்களெல்லாம்
மொத்த விலைக்கு வாங்கிப் பண்ணையாக்கப்பட்டுவிட்டது
பாண்டிச்சேரிக்காரனால்
மரக்காணத்தார் மாமா அன்பு அண்ணன்
அமராவதி பெரியம்மா வீட்டைத்தவிர
எல்லோர் வீட்டிலும் வாங்கிய பணமுதலீட்டில்
சடசடத்து எரிகிறது சாராய அடுப்பு
வியாபாரம் செழித்த நிலையில்
வீட்டிற்கு ஐந்து பேரென
ஆளாளுக்குத் தனித்தனியாகவும்
அடுப்புத் தொடங்கிக் காய்ச்சுகிறார்களாம்

நிறைய பேரின் குழந்தைகள் கான்வென்ட்டில் சேர்க்கப்பட்டிருக்கிறார்கள்
இனிக் கார்த்தி வெள்ள பயம் யாருக்கும் இருக்காது
கல்வீடுகள் பெருத்துவிட்டன
வீட்டிற்கு வீடு கலர் டீவி சோனி டி.வி.டி பிளேயர்

ஆற்றங்கரையில் அடுப்பு வைத்திருப்பவர்கள்
எடுத்து ஊற்றப்படும் சுட ஊறல் குட்டையில் கலந்து
செத்து மிதக்கின்றன மீன்கள்
குடிக்கவென்றிருக்கும் ஒற்றைக் கிணற்றுத் தண்ணீரும்
உவரெடுக்கத் தொடங்கி விட்டது
சாராயம் காய்ச்சும் ஊர்களின் பட்டியலில்
முதலிடத்தில் வெள்ளங்கொண்ட அகரம்
அடிக்கடி ரெய்டு வர வருகிறதாம் ஆண்கள் தப்பிவிடுகையில்
பெண்கள் வீட்டுத்தூரமாயிருந்தாலும்
விடாமல் பிடித்துப் போய்விடுகிறார்களாம்

சைதாப்பேட்டை ஜெயிலுக்குப் போய் வந்து போய் வந்து கதை சொல்கிறதாம் அமுதா அண்ணி போலீஸ்காரர்கள் பிடித்துத் தள்ளி வாடி...போடி... என்று கேட்டதை மறைத்து.

கொடுப்பனை

வெடியக்காத்தால எழுப்பி வெளக்கேத்தி வச்சி
படிக்கச்சொல்லி அடுப்புக்கரியால
பாலாட்டம் பல்லுவெளக்கிவுட்டு
எஞ்சொரங்கு புடிச்ச ஒடம்ப
சோத்துக்கையால தேச்சி
சீக்கா எரந்து தலகசக்கிக் கீஞ்ச டவுசர
ஊசி நூலால தச்சி மாட்டி
பழங்கொழம்பு சட்டியில பழுது பூஞ்சிப்போட்டுத்தந்து
காயம்பட்ட சிலேட்டு ஒடம்புக்கு அடுப்புக்கரித்தடவி
நாலணாவ அவுத்துக் குடுத்துக்
கடத்தெருவு வெரிக்கும் இட்டாந்து வுட்டுட்டுப்போன
அந்தக் கைநாட்டு ஆத்தாவுக்குக் கொடுப்பன இல்ல
இன்னிக்கு இந்த டாக்டரோட சோத்தத் துன்ன.

கூடு மறந்த கிளி

அப்பங்குடிகாரன் ஆத்தா உசுரு பொணம்
கரையாந்துன்ன குடும்பத்துல
கடக்குட்டியா பொறந்த பொண்ணு
அஞ்சி வயசிலயே பெத்தவளப் பிரிஞ்சி நின்னு
அப்பன் பொண்டாட்டிக்கு அடிம வேல செஞ்ச பிஞ்சி
முத்தாத மனசுக்காரி முத்துச்சிரிப்புக்காரி
ஈராறு வயசிருக்கும் எளம அரும்பிடுச்சி
பத்தாம் வகுப்போட படிப்புக்குப் புள்ளிவச்சி
பருவந்தெறந்தோட பட்டணம் பயணமானா
நெலவா மொகஞ் சொலிக்க நெறத்துக்குக் கோதுமயா
தங்கக் கிளியவதான் தாமரையும் மிஞ்சியிருப்பா
அத்தப்புள்ள எட்டிக்கு இவ அக்கா வாக்கப்பட்டு
கந்தாடு தேசத்துல காலந்தள்ளிவாரா

(தங்கையிடம் அக்கா)

கலஞ்ச தலயாட கட்டன கந்தலாட
ஆசப்பட்ட அவங்கூட அன்னிக்கு ஓடிவந்தேன்
ராப்பகலா கண் முழிச்சி ரத்தத்த வேர்வையாக்கி
ஓடா ஓடம்பு தேஞ்சி ஒக்கார வூடு தந்தான்
கட்டும் பொடவைக்கும் கறிசோறு மீனுக்கும்
உசுரான எம் மாமன் ஒரு கொறயும் வைக்கலடி
கோயிலு கொளமின்னு கொட்டிக்கொட்டி அழிச்சேன்டி
வருந்தான் ஆறாச்சி வவுத்துல புழு இல்லே
சத்தியமா சொல்லுறேன் சக்களத்தியா நடத்த மாட்டேன்
மாமாவக் கட்டிக்கன்னு மகராசி பாடஞ்சொன்னா

(அக்காவிடம் தங்கை)

எச்சப்பால் குடிச்சவன்னு இம்மா நேரம் பொறுத்துக் கிட்டேன்
வாய மூடுடி வஞ்சனுக்குப் பொறந்தவளே
பிஞ்சி மனசுலயும் நஞ்செடுத்துக் கலக்கிறீயே
வெந்தக்காயத்துல வீச்சருவா கொந்துறீயே
செத்தாலும் கவலையில்ல நீ யாரோ நான் யாரோ
முடிஞ்சிப்போச்சி ஒறவுடி மூத்த முண்ட மொவள

(பொது)

அப்பனில்ல ஆத்தாயில்ல அணைக்கவொரு ஒறவுமில்ல
தங்கையால் கண்ணக்குத்த தங்கச்சி முடிவெடுத்தா
கடக்கி நடக்கயில கண்ணுக்குப் புடிச்சவனா
காள ஒருவனோட காதலுல உழுந்து போனா

(அண்ணன் கூற்று)

ஒசந்த மலயாட்டம் உன்னுசுரு நானிருக்க ஒறவே இல்லயின்னு
ஒழுக்கந்தவறிட்டியே
ஆருமில்ல சாமி அனாத... நானுங்கன்னு
கையெழுத்துச் சாட்சியோட கல்யாணத்த முடிச்சிட்டியே
பாத்துட்டு வரலான்னு பரதேசி மொவன் வந்தேன்
முள்ளால சொல்லு செஞ்சி முன்ன வுட்டுக் குத்தனயே
காலமொன்னு வருமுன்னே ஒடிஞ்ச எலும்புக் கூடுமுன்னே
அவசரமா முடிவு பண்ணி மனச
அழுக்குச் செஞ்சிட்டீயே
துன்னுஞ்சோத்துக்கே – நாந் துன்பத்துல தொவண்டிருக்க
தங்கத்துல நகப்பூட்ட தங்கா எங்க போவேன்டி
உண்ணும் பொருள் கெடச்சா துணியில சுருட்டி வச்சி
“துன்னு...துன்னு... பாப்பா...”ன்ன தொல்லயெல்லாம் நெனவிருக்கு

பனங்கா மரமேறி மார்தேய காய்ப்பெறிச்சி
எம்பல்ல கறையாக்கி ஒம்பசிய தீத்தேனே
கம்பி வேலி தாண்டியேறிக் காயத்தோட கொய்யாக்கிள்ளி
உமிகொட்டிப்பானயில உனக்குன்னு பழுக்க வச்சேன்
கபடி ஆட்டத்துல எங் கட்டவெரலு நகம்பேர
கண்ணீர் வுட்டப்பாசமெல்லாம் – தங்கா காணாமப் போயிடுச்சா
நேரா வகிடெடுத்து நெத்தியில முடி சுருட்டி
புருவத்துக்கு மையிட்டுப் பொன்னா வளத்த கிளி
பொழுது சாயுமுன்னே பொம்பளயா ஆயிநின்னு
அண்ணன அழவுட்டு ஆளனோட பறந்துடுச்சி.

(தங்கை ஜெயமலருக்கு)

❖

பழய ஒறவு

ஆத்து மணல் கூட்டி அழவா வூடு செஞ்சி
காத்து மழ அடிக்க அது கலஞ்சிதான் போயிடுச்சி
ஆறுபேரோட ஆரம்பிப்போம் தாயமாட
அஞ்சாறு ஆட்டத்தோட அல்லாமும் தூங்கப்போவும்
எட்டு மணிக்கு ஒக்காந்தா என்னத்த ஆடுவோமோ
உனக்கும் எனக்கும் மட்டும் ராவு ஒண்ணாவும் ரெண்டாவும்
பள்ளிக்கொடம் கௌம்பயில நீ பாத்திருந்து வழிகூட்ட
பார்வ முத்திப்போயி பழக ஆரம்பிச்சோம்
வரும் வேளத் தானறிஞ்சி வந்து நிப்ப கொழவாண்ட
நீ மண்ணப்பாக்க ஒம் மனசு மட்டும் என்ன பாக்கும்
காக்கா வூட்டுத் தட்டியோரம் கரலக்கட்ட சுத்தரப்ப
தென்னங்குரும்பயால திருடி என்ன அடிச்சியடி

எட்டி நான் பாக்க என்னன்னு சாடக்காட்டி
சாக்கட மறவுல சந்திப்பத் தொடங்கி வச்ச
கண்ணில்லா ராத்திரிய காவலுக்கு நிக்க வச்சி
வெத்துக்கத பேசிப்பேசி வெடிய வெடிய எழுந்திருப்போம்
மண்டபப்பாத்து மழ கொட்ட மரமா நின்னிருந்து
முத்தத்தால குளுப்பாட்டி முந்தானக் கொடப்புடிச்ச
சாமக்கோழி கூவும் வர சத குடுத்துத் துன்ன வெச்சி
வாரி அணைச்சியென்ன வக வகயா வசியம் பண்ண

வெனயத்த முடிச்சுப் புட்டு விடைபெற்றுக் கௌம்பயிலே
காட்டாமணிச் செடிகூட காம்பொடிஞ்சி கண் கலங்கும்
ஊரார் பல்லிலெல்லாம் உம்பேரும் எம்பேரும் பாசயா படிஞ்சிப்போவ
பாலம் துண்டாச்சி அம்மாவும் தங்கச்சியும்
அழுதழுது கரையக்கண்டு என்னடா வம்புன்னு
எங்க ஊரு பயணப்பட்டேன் ஒரு வருசங்கழிஞ்சிருக்கும்
ஒன்னெனப்பு வெலகாமத் திருட்டுத்தனம் பண்ணி
திரும்பவும் தேடி வந்தேன் மரக்காணம் சால தாண்டி
மரவள்ளிக் கொல்லி மேல
குரும்பரம் காட்டுக்குக் குடி போனோம் நெனவிருக்கா

தூங்கு மூஞ்சி மரத்தான்ட தூசடஞ்ச வீட்டு மேல
கட்டுச்சோறு கட்டிக்கினு கால் நோவ நடந்து வந்த
எறா பண்ணயோரம் எவம்போட்ட கொட்டகையோ
எட்டு மணி வண்டிப்பாத்து எனக்குன்னு காத்திருந்த
புளியமரத்தடிக்குப் பொட்டலஞ்சோறு கொண்டு வந்த
போதும் போதும்னு இன்னாலும் பொறுத்துப் பொறுத்து
ஊட்டிவுட்ட

வழிப்போக்குச் சனமெல்லாம் வரி வரியா போவக்கண்டு
நடுக்காட்டுப் பகுதிக்கு நடந்ததையும் மறந்துட்டீயா
காரமுள்ளொடிச்சிக் கள்ளிச் செடியிலெல்லாம்
ஒம்பேர எம்பேர ஒன்னா சேத்தெழுத
வேண்டா விட்டுடுன்னு வெள்ளயா கண்ணீர் வுட்டு
வேதனையா அது அழ வெளங்காமப் போச்சயடி

ஒதிய மரத்தடில உன்னக்குந்த வச்சி
காடெல்லாம் நாந்திரிஞ்சி கலக்காப் பெறிச்சித் தந்தேன்
நாவமரமேறி நசுங்காமப் பழங்கிள்ளி
“பெறிடா”…ன்னு நீ கேக்க கிட்டத்துல இல்லன்னு
கிடு கிடுன்னு உச்சிபோனேன்
கூப்புட்டுப்பாத்துட்டுக் கொரலே வரலின்னு
தேஞ்ச வழிப்பாத்துத் தேரா நீ அசஞ்சி வர
கட்டமுள்ளொன்னு உங்கால பாத்துக்குத்தி
ரத்தம் மொளச்சிவர ரணமாச்சி எங்கண்ணு
கைப்பட்டா கூசுமின்னு கம்முன்னு இருக்கச் சொல்லி
நாவால வருடி வருடி நல்லாத்தான் தூசெடுத்த
ஒரு பாத ரெண்டாச்சி ஒம்புருசன் எம்மனைவி
மனசெல்லாம் மண்ணாச்சி மக்களும் பொறந்தாச்சி
காலங்கரஞ்சிபோயும் காதோரம் நர வுழுந்தும்
நெஞ்செல்லாம் உன் நெனப்பு நெருப்பா கனக்குதடி.

❖

பிறகு

அப்போதெல்லாம் இலண்டன் தேசிங்குதான்
சாராயத் தொழிலின் அதிபதிகள்
இப்போதும் அக்கம் பக்கத்து ஊர்களில்
அப்படியொரு புகழ் மணக்கும்
திண்டிவனத்திலிருந்து வெல்ல மூட்டைகளும் சல்பேட்டாவும்
வந்திறங்க
முனுசாமி மாட்டு வண்டிதான் போய் ஏற்றி வரும்

விறகு வெட்ட ஏழெட்டுப் பேர் தண்ணீரெடுக்கத் தனியாட்கள்
தாழம்புதர்களிலும் ஆற்றங்கரையிலும்
ஓய்வின்றி ஊறல் நாறும் ராட்சதப் பானைகள்
சாமிக்கண்ணு மகன் முத்துவும் நடுத்தெரு பாலசுந்தரமும்
வேதியியல் கூட ஆல்கஹாலை அப்படியே காய்ச்சியெடுக்கும்
அற்புத நிபுணர்கள்

உலை இறக்கி ஊற்றி எரியவைத்துக்காட்டுகையில்
பெட்ரோலே தோற்றுப் போகும்
குரும்பரம் கொள்ளுமேடு கந்தாடு,கானிமேடு
நாரவாக்கம் நடுக்குப்பம் ஆலந்தூர் அசப்பூர் புதுப்பட்டெென
அக்கம்பக்கத்து ஊர்களுக்கெல்லாம் அமோக விநியோகம்
உள்ளூர்க் கடைக்கு மந்தாரப் பொண்டாட்டியும்
கன்னிகா பெரியாம்மாளும் வாரா வாரம்
பணமும் சீதனமாய்ச் சேவலும்
மறவாமல் மரக்காணம் ஸ்டேஷனுக்குப் போய்விடும்
மழையிலும் வெய்யிலிலும் கூட மந்தமானதில்லை வேலை
பனங்கள்ளு நாட்களைத் தவிர

அண்ணன் இலண்டன் பேரில் ஒரு ஏக்கர் கிரயம் முடியும்
தம்பி தேசிங்கின் மூன்று விரல்களில் முதலை மோதிரங்கள்
குடியேறும்
இப்படிச் சட சடவெனப் பணத்தை அடுக்கி
மேலேறிய கட்டம் முதல் உலை இறங்கியதும்
ஆவி பறக்க ஆத்திக்குடித்துவிட்டு
அடுப்படியிலேயே படுக்கத் தொடங்கி
சரக்கெடுக்க வந்த பெண்களோடு
சவுக்குத் தோப்பில் மறையப் பழகினர்
அன்று சரியத்தொடங்கியதுதான்
இன்று
ஊரே சாராய அடுப்பு மயமாகி புகையும் நிலையில்
அழுக்குத் தலைத் துண்டோடு அண்ணனும் தம்பியும்
ஆளுக்கொரு மூலையில் அண்டை வீட்டுக்காரனின்
எச்சில் சாராயத்திற்குத் தவமிருக்கிறார்கள்.